GW01314658

Iwe yi jẹ́ ti:
This book belongs to:

_____

Thank you for your support.
I hope you enjoy reading
this book.
Best Wishes from:
Otan. T. 15/03/2021

Tani Mo Jẹ?
Who Am I?

Yoruba (Ede Yoruba)
English (English)

● Text /Publisher: Bolanle Ogunnaike ● Illustrator: Eleanor Keene ● Detailing and Finishes: Bolanle Ogunnaike, Imisi Johnson and Tolulope Olowa ● Translation and Tonal Marks: Folasade Ogunnaike, Adebukola Coker, Oluwadamilola Ogunnaike, and Yemisi Adebambo ● Editors: Bimbola Olowa, Thomas Olaniyan and Olurotimi Oni.

I dedicate this book to my son Zachariah, who birthed this idea in my mind due to the struggle to find fun Yoruba storybooks for him. I thank my family and friends who encouraged me through their support and contributions.

Báwo ni òré, orúkọ mí ní Ṣàṣà. Mo jé ohun tí mo rò ní ọkàn mi.
Hello friend, my name is Ṣàṣà. I am who I dream of being.

Mo ní ìfẹ́ sí eré ìdárayá bíi eré fífò sókè, ijó jíjó àti kẹ̀kẹ́ gígùn.

I enjoy fun activities such as jumping, dancing, and cycling.

Mo ní ìgboyà àti ìfaradà. Mo lè dójú kọ àwọn ìsòro mi.
I am brave and strong. I face my challenges.

Èmí ni ìbọ̀wọ̀, mo sì máa ń ṣe àánú fun ọ̀rẹ́ ati ẹgbẹ mi bí ó ṣe tọ.
I am courteous and kind towards my friends and school mates.

Mo ni itẹriba, mo sì máa ń tẹtísí (fetísí) ìtọ́nisọ́nà.
I am respectful and I listen to instructions.

Mo ní ìmọ̀ àti òye. Mo máa ń kó ẹ̀kọ́ túntún ní ojoojúmọ́.
I am intelligent. I learn new things every day.

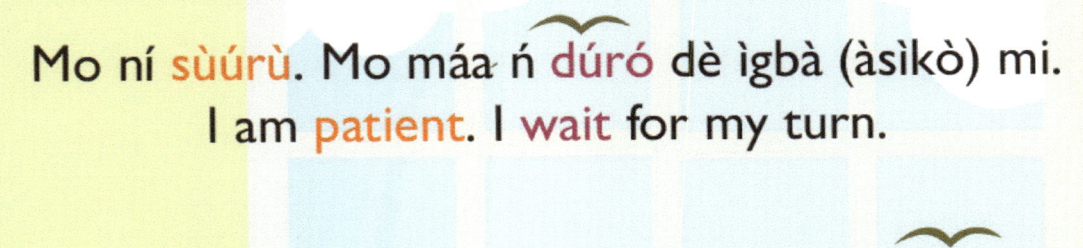

Mo ní sùúrù. Mo máa ń dúró dè ìgbà (àsìkò) mi.
I am patient. I wait for my turn.

Mo ni ìfẹ́, mo sì **fẹran** lati ni ọ̀rẹ́ **túntún**.
I am friendly, and I **like** making **new** friends.

Mo l'ẹ́wà bí ìṣèdá, mo pé nínú aìípé mi.
I am beautiful like nature, perfect in my imperfections.

Mo gbadun ati ṣere pẹlu àwọn òrẹ́ mi ni pápá iṣere.
I enjoy playing with my friends in the park.

Mo jẹ́ afínjú. Mo má ntọ́jú yàrá mi.
I am neat. I keep my room tidy.

Èmí jẹ́ gẹ́gẹ́ bí mo ṣe rí ara mi. Talo jẹ́?
I am what I see in myself. Who are you?

Fawẹli Ede Yoruba ni A É Ẹ́ Í Ó Ọ́ Ú.
Ṣakiyesi wipe:

Ó le lo 'U' l'arin ọ̀rọ̀, ṣugbọn, ko si ọ̀rọ̀ ni ede YORÙBÁ to bere pẹlu 'U'. Fun Apẹrẹ, ṣu, ìlú ati bẹẹ-bẹẹ lo afi àwọn Ìjẹ̀ṣà ati Ekiti ti wọn ma n pe iṣu ni uṣu, tabi ule yala ilé.

The Yoruba vowels are A É Ẹ́ Í Ó Ọ́ Ú.
Note:

No YORÙBÁ word generally speaking, begins with the vowel sound 'U', which only appears inside words eg. iṣu, ìlú etc. except in some dialects like Ìjẹ̀ṣà and Ekiti where iṣu is pronounced uṣu and ilé is pronounced as ule

Pipe ọ̀rọ̀ ni ede Yoruba pẹlu ami-ohun.
Pronouncing Yoruba words using tonal marks.

Do Re Mi
Pronounciation

Fún Apéré
For Example

Àga	Do Re
Ìwé	Do Mi
Tábílì	Mi Mi Do
Labalábá	Re Re Mi Mi

Ìwé Àfọwọ́kọ̀

Pada lọ wa ibi ti àwòrán àwọn ọrọ yi wa ni inu itan yi.

A — Àga

B — Bálú

D — Dodo

E — Ewé

H — Hámà

I — Ìwé

J — Jígí

K — Kèké

L — Labala

P — Pépéye

R — Ràkùnmí

S — Sálúbàtà

Ṣ — Ṣòkòtò

Glossary

Go back to find where these images are within the story.

Ẹ — Ẹja

F — Fèrè

G — Gáráwá

GB — Gbáàgúdá

M — Mọto

N — Nọọsi

O — Oòrùn

Ọ — Ọwọ

...ábá

T — Tábílì

U — Ùkù-Ùkù

W — Wàrà

Y — Yànmùyànmù

Apemora Rere - Positive Affirmations

Mo ní ìmò àti òye.
I am intelligent.

Mo ní ìgboyà àti ìfaradà.
I am brave and strong.

Mo ní sùúrù.
I am patient.

Mo jé ohun tí mo rò ní okàn mi.
I am who I dream of being.

Mo máa ń kó èkó túntún ní ojoojúmó.
I learn new things every day.

Mo ni iteriba.
I am respectful.

Mo má ntójú yàrá mi.
I keep my room tidy.

Èmí ni ìbòwò
I am courteous.

Mo ni ìfé.
I am friendly.

Mo jé afínjú.
I am neat.

Mo máa ń dúró dè ìgbà/àsìkò mi.
I wait for my turn.

Mo lè dójú ko àwon ìsòro mi.
I face my challenges.

Mo pé nínú aììpé mi.
I am perfect in my imperfections.

Mo máa ń tetísí (fetísí) ìtónisónà.
I listen to instructions.

Mo l'éwà bí ìsèdá.
I am beautiful like nature.

Èmí jé gégé bí mo se rí ara mi.
I am what I see in myself.

Apemora Rere Mi - My Positive Affirmations

_____

_____

_____

_____

_____

_____

_____

_____

_____

_____

Apemora Rere Mi - My Positive Affirmations

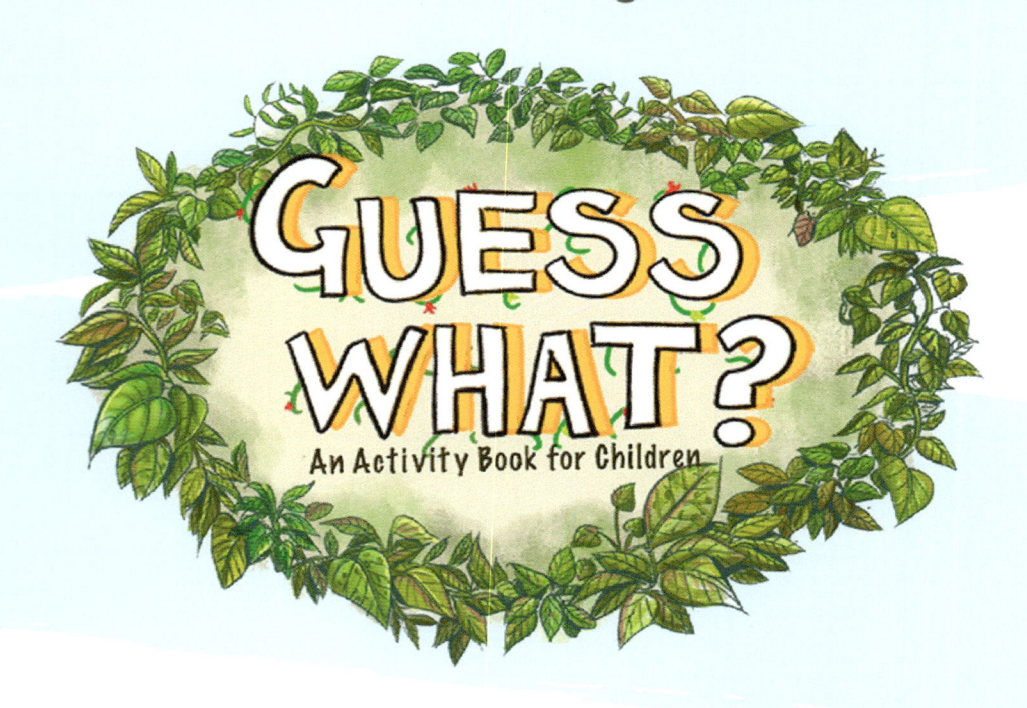
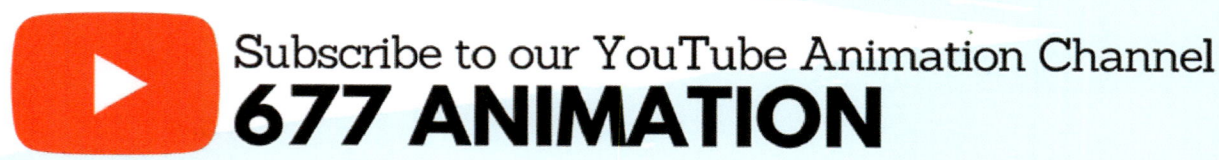

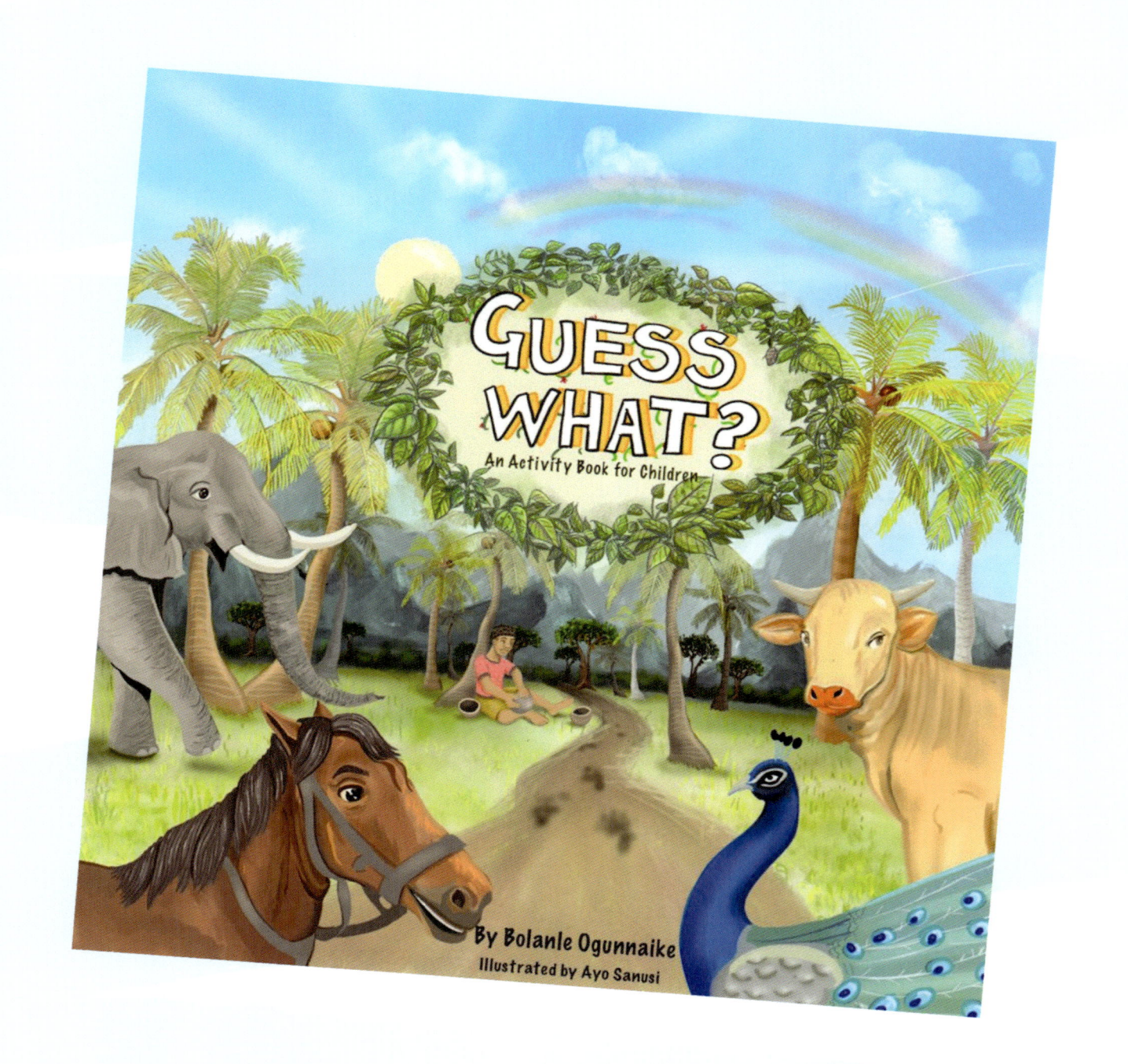

GUESS WHAT?

An Activity Book for Children

By Bolanle Ogunnaike

Illustrated by Ayo Sanusi

Printed in Great Britain
by Amazon